prabhaavati

shrii ke.vi.appalaachaaryagaaru

ప్రభావతి

రచయిత:-

శ్రీ కె. వి. అప్పలాచార్యగారు.

(Medico): L I. M.

కృతజ్ఞత:-

అన్ని విషయాలలోనూ, ప్రోత్సాహకర్తలైన,

ఆత్మబంధుమిత్రులందరికీ......!

పబ్లిషర్సు:

కందులగోవిందం

జనరల్ బుక్ డిపో, రాజమండ్రి.

1945

వెల రు. 0-8-0

ఉద్దేశ్యం-

నిర్మల నిర్వ్యాంచిత ప్రేమకు, కామోద్రేకంలో కల్గిన ప్రేమకూ హస్తిమశకాంతరం తేడాయుంది-

కథానాయిక ప్రతిభాదేవిని, కుమార్‌బాబు మనస్ఫూర్తిగా ప్రేమించాడు- ప్రణయరాజ్యంలో స్వేచ్ఛావిహారం కోసం బంధుమిత్రులకు దూరమై పరారి అయ్యాడు-

కాని; అది ప్రేమప్రేరేపణా లేక కామ ప్రేరేపణా అన్న సమస్య ఇందులో పరిష్కారమయింది-

కాని; ప్రతిభాదేవి కుమార్‌బాబు కష్టసుఖాలను ఎలా ఎదుర్కొన్నారో, రోజా అనే యువతి ఎలా వారిని రక్షించిందో ఇక చదవండి-

ఇట్లు,
రచయిత

శ్రీనివాసా ప్రెస్, రాజమండ్రి. అక్టోబరు 1945—1000

౧

"కుమార్? ప్రపంచంలోని ప్రేమపిచ్చికికారణం? ప్రేమంటే"

"ప్రేమంటే ప్రేమే! నువ్విలా నావళ్లోకూర్చోవడం ప్రేమ ప్రేరేపణే! కామంలోనే ప్రేమ— ప్రేమలోనే కామం ఇమిడియుంటాయి— ప్రేమ- కామంఅనేవి మనహృదయాలలో కొంతకాలందాగొంటాయి- అంటే 15 సంవత్సరాలప్రాయందాకా అజ్ఞాతవాసం చేస్తూ యుంటాయి- ప్రభా! ప్రేమంటే నిర్వచించలేము- ప్రేమఅనేది గుడ్డిది- అటువంటిది, ఇద్దరు నవయౌవ్వనంలోయున్న స్త్రీపురుషులు కలుసుకొన్నప్పుడు ఆప్రేమ ప్రవహించి పొంగుతుంది. ప్రేమను అర్థంజేసుకోవడం మనతరంగాదు ప్రభా!—"

"అంటే- అందరూ ప్రేమనిపలవరిస్తే పసంకూడా అంతేనా!—"

"అంతే! ప్రేమనుగూర్చి అర్థంచేసుకోవాలంటే ఇలాంటి జీవితాలు ఎన్నిగడచినా చాలవు—"

"అయితే ప్రేమనుపట్టుకొని ప్రాకులాడటం దేనికి?—" "ప్రేమఅనే ఆటకొమ్మతో హృదయాన్ని అర్థంచేసుకోవడానికి- ప్రేమించడానికి- పెళ్లిచేసికొని సంసారకష్టసుఖాలలో ఆనందసోపానాల్ని అందుకోడానికి- జీవితం తరించడానికి—" "అంతేనంటావా!—"

"అంతేప్రభా! ప్రేమకిఅర్థంలేదు – ప్రేమ స్త్రీపురుషుల హృదయాలలోనే పుడుతుంది-ఆహృదయాలకే అంకితమవుతుంది"—"అయితే పుట్టించిన భగవంతుడికే తెలియదంటావా!"—"తెలియదు- ఈ మధ్యనే మన్మథుడు ప్రేమనుగూర్చి (రీసర్చి) చేస్తున్నాడట-పాపం! ఆ కంతుడి శ్రమఫలిస్తుందో లేదో!"—"కుమార్? ప్రేమనుగూర్చిఎన్నో గ్రంథాలు వెలువడ్డాయిగదూ!"—"అవును అవన్నీ ప్రేమనుపుట్టించే

పద్ధతులే అందులో లిఖింపబడియుంటుంది- అంతేగాని ప్రేమను నిర్వ చించలేదుగా''—"ఈప్రేమలోకం ఏమిటంటావ్?''—

"అంతఆశ్చర్యం దేనికి! నువ్వూనేనూ ప్రేమించుకొన్నాం- పెళ్లి చేసుకొంటాం—''

"నిజంగానాకుమార్! నీకామాత్రం ధైర్యంకూడాయుందా?—

"ఏనాడైతే నిన్నుప్రేమించి నాహృదయంలో చిత్రించుకొన్నా నో ఆనాడేనాకు ధైర్యంకల్గింది''—"నువ్విలా చేయూతనిస్తే ఇంకేం కావాలి- అయినా ఈపాడుసంఘం ఊరుకోదుగా!''—

"సంఘంఅనేది ఏమయినా సంస్థలనుకొన్నావా? మనచవటపెద్ద లే ఈసంఘంలోపెద్దలు- వాళ్ళే సంఘంలో నియమాలుపెట్టేది- ఎంత టి ఘోరకృత్యాలుచేసినా వాగేచేస్తారు- అంతేగాని సంఘంకోసం ఎం దుకుభయం?''—

"కుమార్! ప్రేమికులమీద సంఘాలు ఎన్నికూతలుకూస్తున్నా యో చూస్తూనేయున్నాంగా!''—" పిచ్చిదానా! సంఘంమనలను బహిష్కరిస్తే సంఘాన్నేమనం బహిష్కరిద్దాము— వాటికన్నింటికీ లెక్కచేయగూడదు. ప్రేమోపాసలకు సంఘంతోపనిలేదు''— "అంతే నంటావా!''—

"ఇంకా సందేహం దేనికి? మనలనేమైనా ఆవెధవసంఘం పోషిం చాలా? ఆతాహతులేనపుడుగదా భయపడేది''—

"అదీనిజమే కుమార్ బాబూ! ఆఁ! అలాచూడు- ఆలతలు ఎలాపెనవేసుకొని జీవిస్తున్నాయో!''— "అవునుసుమా! వాటికీ ఎంతో ప్రేమానురాగాలున్నాయి- ఒకర్నిఒకరు విడచియుండలేక అలాపెనవేసుకున్నాయి''—"నీకేమైనా మతిపోయిందా? వాటికి ప్రేమే మిటి?''—

"ప్రభా! అవిమాత్రం ప్రేమనుపొందగూడదా! అవిప్రాణులే వాటికీ ప్రేమకావాలి, ఒక్కటేమాట! ప్రకృతిలో ప్రేమశబ్దంలేకుండా ఏవీజీవించవనుకో"— "అలాగాకుమార్! ప్రకృతిసహజము చాలఅందంగా యుంటుందనుకొంటాను. ప్రపంచంలో ప్రకృతిఅందాన్ని (నేచరల్ బ్యూటీ) అనుభవించినవారు యుంటారంటావా?"— "లేకేమి మనవంటి తెగించినప్రేమికులు కొద్దిమందియుంటారు"— "మనకి ఆభాగ్యంకూడా యుండంటావా?"— "ఉందిప్రభా, త్వ - ర - లో - నే-'

'అంటే?'— "అంటేత్వరలోనే -ఆఅందాన్నిగూడా అనుభవిద్దాము"—

"ఏవిధంగా కుమార్ బాబూ!" — పెళ్లిచేసుకొని" —

"అది సాధ్యమవుతుందా!" — "ఎందుకుసాధ్యంకాదు!"—

"ఎలాగకుమార్? - "ఇంకెలాగ-పలాయనమంత్రం జపిద్దాము

"నిజంగానా!- "ఎన్నడైనా అబద్దంచెప్పానా! ప్రభా. ఏవ్యక్తికైనా స్వతంత్రంయుండాలి- అలాంటిస్వాతంత్ర వాతావరణ లోని స్వేచ్ఛను అనుభవిద్దాము- చల్లటి తరుచ్ఛాయల తియ్యటి ఫలాలను ఆరగిద్దాము ముక్కూముక్కూ రెక్కారెక్కా కీలించి ప్రణయగీతాలు పాడుకొందాము విశ్వవిహారంచేద్దాము- ప్రణయక్రీడలలో స్వేచ్ఛాజీవితంగడుపుదాము" "అయితే ఈనిర్బంధన జీవితాన్నిముక్తి" కలిగేరోజులు వచ్చాయన్నమాట "త్వరలోనేవస్తోంది ప్రభా.

"అయితే ఈబంధువర్గానికి దూరంకావలశిందేనా!

"అబ్బా ఇంతపిరికిగుండె అయితేఎలాచెప్పు! మనిద్దరి వివాహాన్ని పెద్దలెవ్వరూ అంగీకరించరు నీకుప్రియుడెక్కువో- కన్నతలిదండ్రులెక్కువో ఆలోచించుకో. "ఇంతసమస్యని పరిష్కారం చేసుకోము-టే ఎలాచెప్పు? . . . నువ్వన్నదీనిజమే, . . . కుమార్ ఇందులో మన తప్పేమీలేదు. "ఆలశ్యం అమృతం విషం.అన్నారుపెద్దలు నేనెప్పుడు

"ఊఁ అంటే అప్పుడు వచ్చేయాలి. "అలాగే కుమార్. ఇంతకీ మనిద్దరి ప్రేమకీ కారణం? మళ్ళీ మొదటికి వచ్చావు. ప్రేమకి అర్థం లేదని ఇంతకుముందే గా చెప్పింది. పోనీ, మనిద్దరి స్నేహానికి ఈ గోదావరే కారణం అనుకో ఆనాడు నేను షికారుకని రావడము, నిన్ను చూడటము, నువ్వు బిందె చప్పుడు చేస్తూ నీరు ముంచుతూ నావైపు క్రీగంట చూడటము ఇవేగా కారణాలు? అంతమాత్రం చేతనే నా ప్రేమ వలలో చిక్కిపోయావా అంతమాత్రం చేతనే నీ ప్రేమ పంజరంలో చిక్కాను అనుకొన్నావా? వారం రోజులు నిన్ను పూర్తిగా (స్టడీ) చేసాను. అవును కుమార్, (స్టడీ) చేసింది నన్ను కాదు నా బిందెను ఆ బిందె నీ గా చూస్తూ ఉండేవాడిని . . .

"పిచ్చిదానా అదొక్కటి కాదు నీ నడుము వంకలోని బిందెను. నీ కనుబొమ్మల మధ్య ప్రకాశిస్తున్న కుంకుమ చందమామ మీదా.

ఇంకా దేనిమీద ? నీ తెల్లటి రవికలో నల్లటి బాడీ లోంచి మిసమిసలాడుతూ తొంగిచూసే చన్నులమీదా—?

'ఛా! ఆ వేం మాటలు కుమార్ బాబూ!—

'ఏం? ఇంక దేనిమీదా అని సాగదీసుకొంటూ ఎందుకు అడిగావ్'?—

'అయితే అది నా తప్పులే!' అంటూ ప్రభాదేవి ప్రియుడు కుమార్ బాబు కౌగిటలో చేరింది— కుమార్ పాలబుగ్గల క్షీరాన్ని త్రావి ఒకసారి చుంబించాడు——

అప్పటికే చిన్న చిన్న మబ్బులు కూడి ఆకాశాన్నంతా కప్పి వేసింది. కారు చీకట్లు వ్యాపిస్తున్నాయి. ఆకాశమంతా కారుమబ్బులు అలుముకొన్నాయి. రొజ గాలి బయలుదేరింది. మెల్లగా చినుకులు కూడా పడటం ప్రారంభించినాయ్.—

'— —బ్రతుకు వెన్నెల రేయి- యౌవ్వన మధువిదిగోనోయి——,' అంటూ కుమార్ ప్రభ బుగ్గలమీద చిటికెలు వేసాడు—'

'అబ్బ! ఎంత ఆనందాన్ని ప్రసాదిస్తున్నావ్! కుమార్. చినుకులుపడుతున్నాయి- మరినేవెళ్లి వస్తాను-' అంటూలేచింది ప్రభాదేవి-

'అప్పుడే వెళ్తావా?- అన్నాడు మెల్లగా కుమార్ బాబు-'

ఆహా! ఆసమయానికే ఆవానచినుకులు పడాలా చెప్పండి!

'కుమార్! ఇప్పటికి వేడినిట్టూర్పులతో ఉడుకెత్తి పోయిన హృదయంమీద చల్లని నవ్వులనన్నిటు చిలకరించావ్— శలవ్-"
అంటూ ప్రభాదేవి అడుగులుముందంగా వేస్తూ— ఇంటిముఖంపట్టింది—

ప్రభకంటికి అగుపడువరకు చూస్తూ నిలబడిపోయాడుకుమార్ ప్రేమలోయుండే ఆనందాన్ని వర్ణనాతీతమని చెప్పుటకు వారిద్దరే సాక్షులు.—

౨

ప్రేమను జయించలేము- ప్రేమలేనిదే ఏపనీజరుగదు—

మధుసూదనరావుగారు రాజమహేంద్రవరంలో పేరు వడసిన ప్లీడరు- కష్టార్జితంగా సంపాదించిన ధనంతో ఇన్నీసుపేటలో ఓపెద్దభవనాన్ని గోదావరికి సమీపంబులో కట్టించారు ఆయనపెద్దధనవంతుడు

మోహన్- ప్రభాదేవివారి సంతతిలో మిగిలినవారు- వారిసంతతిలో వీరిద్దరే మిగలడంవల్ల ఎంతోగారాబంగా పెరిగారు- లక్ష్మమ్మ మధుసూధనరావుగారి ధర్మపత్ని నిరంతరపతిసేవా పరాయణురాలు ప్రభంటేప్రాణాలు అర్పిస్తుంది- కొడుకుమీద తండ్రికెంతో ప్రేమ- ఇలావారిద్దరూ పెరిగి పెద్దవారయ్యారు-

పాపము, ప్రభాదేవి అజ్ఞానస్థితిలో యుండగా మేనరికం అనే నెపంమీద వివాహంజరిగింది- అచిరకాలంలోనే మధుసూదనరావుగారి అల్లుడు కలరాజాడ్యానికి ఆహుతి అయ్యాడు.

ఇప్పుడు ప్రభాదేవి పతిని గోల్పోయిన అభాగ్యభగ్నజీవి- ప్రభకు వివాహమయినట్లు, భర్తగతించినట్లు తెలియదు— బంధువులంతా చెప్పుకోవడంవల్లనే తాను వితంతువని తెలుసుకొంది.

భగ్నహృదయాన్ని పదిలపరచటంటే సులభమా?

కాని, నిరాటంకంగా స్కూలుఫైనలు వరకు ప్రభామోహన్లు కలసిచదివి ఉత్తీర్ణులైనారు. అప్పటికే లోకం కోడైకూసింది. ఓపికతో నిందలు భరిస్తూచేయునది లేక ప్రభని స్కూలుఫైనలువరకు చదివించారు. ఇంక సంఘాపవాదులను భరింపలేక, లక్ష్మమ్మపట్టుదల మీద ప్రభ చదువు ఆపుచేసారు.

మోహన్ బి. ఏ. ప్యాసయి, మద్రాసుగిండీ ఇంజనీరింగ్ కళాశాలలో బి. ఇ. చదువుతున్నాడు-

కాలగర్భంలో ప్రభజీవితచక్రంకొన్నాళ్ళు దొర్లిపోయింది- ఎన్నాళ్ళని యౌవ్వనవాంఛని నిర్బంధించికాలంగడుపుతుంది? భర్తమో మైనా ఎరుగని ప్రభజీవితం, వితంతువనే పాచిమాటలతో వాంఛలను దూరంచేసుకొని కాలంగడపాలా? అది సాధ్యమేనా స్త్రీకి?-,

మోహన్ కవికుమారుడు- సంఘ దురాచారాలను మాన్పి, స్త్రీ సేవాలోలుడు కావాలని ఆతనిపట్టుదల- ఆతనికవిత్వ ప్రతిభ ద్వారా సంఘదురాచారాలను, స్త్రీలకష్టాలను వేర్కొన్నాడు- తన చెల్లెలు వితంతువని తెలుసుకొన్న తక్షణమే ఆమెజీవితాన్కి బాటలు వెదుకు తున్నాడు.

సంఘంలో ప్రభది నిర్బందన జీవితము- ఎన్నాళ్ళీ ప్రవాసము? ప్రభ చదువుకొనే రోజుల్లో "మళ్ళీపెళ్ళి" సినిమావచ్చింది- సినిమాకు వెళ్తామని కోరగానే ఇద్దర్నీ మధుసూదనరావుగారు నిషేధించారు వెళ్ళడానికి ఎందుకోమరి ఆనిషేధాలు ??

లక్ష్మణరావుగారుకూడా రాజమహేంద్రవరంలో పేరుపొందిన డాక్టరు. కుమారిబాబు జననంలో లక్ష్మణరావుగారిభార్య గతించింది,

ఆనాటినుంచి పునర్వివాహం చేసుకోలేదు- అలా తన ఏకైక కుమార్‌తోను కాలక్షేపం చేస్తూ జీవితం సాగిస్తున్నారు.

కుమార్ కాకినాడలో కొంతకాలము మేనమామవద్దయుండి చదివి బి. ఎ. ప్యాసయి, తండ్రికోర్కెమీదే మదరాసు గిండీ ఇంజనీరింగ్ కళాశాలలో బి. ఇ. చదువుతున్నాడు.

మదరాసులోనే కుమార్ మోహన్‌లకు పరిచయం కలిగింది. రానురాను వారి పరిచయం గాఢస్నేహంగా మారిరది. ప్రియస్నేహితులయ్యారు. శరీరాలు వేరుకాని మనస్సులు వకటే?

ఇద్దరూ చదువుపూర్తిచేసి రాజమండ్రిచేరారు- మోహన్ తన మిత్రుడ్ని ఎల్లప్పుడూ ఇంటికి రమ్మని ఆహ్వానిస్తూ యుండేవాడు- ప్రభని ప్రథమంలోనేచూసి మోహించాడు. కొన్నాళ్ళు ప్రభనివేటాడి ప్రేమించాడు- ప్రభకూడా కుమార్ చలవచూపులకుముగ్ధురాలైపోయింది- వారిద్దరిమధ్యా నిర్మలనిర్వ్యాంచితప్రేమ పొక్కింది—

ఇంతకీ ప్రభాదేవి వితంతువని కుమార్ కెలా తెలుస్తుంది??

వితంతువైతేమాత్రం ఆమె స్త్రీకాదా??

యౌవ్వన వితంతుస్త్రీలకుమాత్రం వినోదాలు— విలాసాలు అక్కర్లేదా? వితంతుస్త్రీల జీవితాలు ఇలాకాలి బుగ్గికావలశినదేనా? గుండుచెక్కించి, దిబ్బరొట్లు తినిపించి, ఉపవాసాలు చేయించినంత మాత్రాన వాంఛలు నశిస్తాయా?

కుమార్‌కి ప్రభ వితంతువని తెలిస్తే ప్రేమించేవాడా?

మొత్తానికి ఆమె అతనిని ప్రేమించింది. అతడు ఆమెను ప్రేమించాడు—

వారికోర్కెలు నెరవేరితే ధన్యులేగదూ?

రాజమహేంద్రివరంలో పెద్దలేమిటి, చిన్నలేమిటి, చాలమంది సంగీతమంటే చెవికోసుకొంటారు- ఆ కారణంచేత హనుమాన్ రామా టాకీసులవద్ద సాయంత్రం ఆరుగంటలయ్యేసరికి రికార్డులు వినడానికై చేర్తారు జనం— ఆఅలవాటే మా మోహన్ కుమారులకు గూడా అలవడింది—

'హల్లో కుమార్! గుడ్ ఈవినింగ్'' అన్నాడు అప్పుడే వచ్చిన మోహన్—

'వెరివెరీ హార్టీలీ కాంగ్రాట్యులేషన్సు'' అంటూ కరస్పర్శ చేసాడు కుమార్—

ఆరోజునసే వారిద్దరూ ప్రథమ తరగతిలో ఉత్తీర్ణులైనట్లు తెలిసింది.

'కుమార్ బాబూ! నీఫ్యూచరు ఏం ఆలోచించావ్? అనిప్రశ్న వేశాడు మోహన్—

"ఆజ్ ముసీబత్ అయీ దేఖో ముసాఫిర్ బాగ్ చలో!" అనే రికార్డు కూర్చొన్న జనసమూహాన్ని "ఊహాప్రపంచంలో" ఊగిస లాడిస్తోంది—

"నువ్వేంచేస్తావ్ మోహన్?' అంటూ కుమార్ నవ్వుతూ ప్రశ్నించాడు—

"ఉద్యోగాన్కి 'ట్రియిల్స్' వేస్తున్నా'' అన్నాడుమోహన్;

"బాగుందోయ్! గాని, నాకాఉద్యోగాపేక్ష లేదు- రంగూన్ పోవాలనియుంది.

"సరిపోయింది- ఎక్కడరంగూన్- ఎక్కడ రాజమండ్రి! మనకి ఉద్యోగాలు ఇచ్చేవారే లేకనా అక్కడకు పోవడం?—' అధి కాదు

మోహన్! పరదేశాలు తిరగాలని 'క్రొత్తవిద్యలు' నేర్చుకోవాలని యుంది. ఏమంటావ్?.

'అలాఅయితే సంతోషమే– విద్యకు అంతంఅనేది యుంటేగా! ఓపికయుంటే అలాచెయ్యవచ్చును కుమార్' అంటూ కుమార్ ఉద్దేశ్యాలతో ఏకీభవించాడు మోహన్ –

"మనసులోనిమాట మురిపించకుమా' అంటూ కుమార్ హృదయవిపంచికలనుంచి ఘోషించిన శ్రుతిలో కుమార్ బాబు మోములోని విషాదచంచలరేఖలు ఆవరించినాయ్.

"కుమార్; ప్రయాణయ్యావు నీ సంతోషచిహ్నాలేవీ అగుపించడం లేదేం? ఎన్నడూలేని విషాదం ఇవాళ నీలో గోచరిస్తున్నట్లుందినాకు- అంటూ అనుమానంగా మోహన్ స్నేహితుడ్ని అడిగాడు–

"అవునోయ్ మోహన్! నేనొకమిత్రద్రోహిని అయ్యాను–"

"అంటే!—"

'మిత్రద్రోహిఅంటే తెలీదూ? మిత్రుడ్ని మోసగించానన్న మాట—"

"ఏమిత్రుడ్ని? ఏవిధంగా?–' నిన్నే మోహన్' అన్నాడు కష్టముగా కుమార్.

ఏవిధంగా కుమార్? చెప్పవూ? ఎంతటి ఆపదైనా నేనేమీ అనుకోనులే! నన్ను నమ్ము కుమార్; చెప్పవూ? అంటూ దీనంగా కుమార్ బాబుని బ్రతిమాలాడు మోహన్—

"మోహన్; నీ–చె–ల్లె–ల్ని—"

"ప్రేమించావా! అవును పెళ్ళిచేసుకొంటానని కూడా వాగ్దానమిచ్చాను–"

"ప్రభ ఒప్పుకొందా!"

'ఆఁ—!'

అయితే మంచిదేగా- కుమార్ బాబూ! ఇన్నాళ్లూ నాప్రభ హృదయశాంతికోసం తంటాలుపడుతోంటే, అది నేకష్టపడకుండా నెరవేరిందంటే నాకేంగావాలిచెప్పు- అన్నాడు నవ్వుతూ మోహన్—

మోహన్ అలా జవాబిచ్చాడని విన్నతోడనే కుమార్ ఆశ్చర్యానికి కారణం ఏముంటుంది?

"అయితే మిత్రద్రోహివి ఎలా అయ్యావ్?'' అన్నాడు వీపు తట్టుతూ—

'ఇది మిత్రద్రోహంకదూ!'' ఇందెంతమాత్రం దోషంలేదు బాబూ! ఇన్నాళ్ళూ నాప్రభజీవితంలో జ్యోతులు వెలిగింపచేయాలనే నామనస్సు వేధపడింది- ఆబాధ్యత నువ్వే తీర్చి నాకెంతో సహాయ పడ్డావ్— నువ్వు నిజంగా ధన్యజీవి కుమార్? అంటూ తనఆనందాన్ని వెడలబుచ్చాడు మోహన్—'' సహాయం ఏముందోయ్?

"సహాయం కాదుమరీ; వితంతువుని ప్రేమించి పెళ్ళిచేసుకోం టున్నావంటే నువ్వు త్యాగమూర్తివికదూ! వితంతు వివాహాలుఅంటు క్రియశూన్యులైన వారిలో నిపేరు ప్రాకుతుందంటే నువ్వెంతటిత్యాగ మూర్తివో ఆలోచించు ఏరేశలింగంగారే .. బ్రతికియుంటే నిన్ను ఎంతో కొనియాడుతూ ఊరేగించరూ—అంటూ మోహన్ తన ఆనందాన్ని తెల్పుతోంటే కుమారుబాబు హృదయంలో రైళ్లు, విమానాలూ పరుగులిడడం మొదలుపెట్టాయి— హృదయం వేయి వ్రక్కలైనట్లయింది—

"వితంతువు; ఎవరు వితంతువు!—' అంటూ ఆశ్చర్యంగా అడి గాడు కుమారు—

ప్రభ అజ్ఞానదశలో వివాహం జర్గడం- అచిరకాలములోనే ప్రభా పతినిగోల్పోవడము—'' అంటూ క్లుప్తంగాజర్గిన విషయాలు చెప్పాడు—

"వితంతువుని ప్రేమించానా? పెళ్ళికూడా చేసుకోంటానా?" పైమాటలే కుమారు హృదయంలో ప్రతిధ్వనించాయి— కుమారు మోహన్‌వద్ద శెలవుతీసుకొని ప్రభని కలుసుగోవడానికై బయలుదేరాడు—

"ప్రభవితంతువా? ప్రభని ప్రేమించానా? వితంతువని ఆమె ముఖంలో కనబడటంలేదే? నేచేసిన ప్రమాణంతప్పితే? ఆమెబ్రతుకేంగావాలి? నమ్మించి ద్రోహంచెయ్యగలనా? అలాఎన్నటికీచేయను-చేయలేను. ప్రభనిమాత్రంవిడువను- వితంతువయితేమాత్రం ఆమె సౌఖ్యాన్ని రుచిచూడలేదుగా, నాప్రభని ప్రేమించాను—అంతే—— అనుకొంటూ పిరికిగుండెను పదిలపరుచుకొంటూ గోదావరిగట్టుచేరి ప్రభరాకకై నిరీక్షిస్తున్నాడు——"

'ఇదేంకాలమో? వెధవముండలపెళ్ళిళ్లు—వర్ణాంతర వివాహాలు-ఎన్ని పనులు జర్గాలో అన్ని జరుగుతున్నాయి- దేశంలో ఇంతపాపం పండబట్టే ఈయుద్ధం. ఈకరువులు ఇలాఉన్నాయి-అంటూబోడిముండ నర్సమ్మ నోరు నొక్కుకొంటూ అంది.

'చూశారూ! మాఇంటిప్రక్కని ప్లీడరుగారమ్మాయి, చిన్నపుడేవెధవముండయితే, టింగ్‌రంగామని ఎలాతిర్గుతుందనుకొన్నారూ? పైగాశుభ్రమైన బట్టలు కట్టుకొంటూ బొట్టూ గిట్టూకూడా పెడుతుంది—ఇంతకీచెప్పేవాళ్ళు లేకపోతేసరి——! అంటూ మధుసూధనరావుగారి ఇంటి ప్రక్కనయున్న వెంకమ్మఅంది——'

"ప్రభాదేవి అడుగులుమందంగా వేస్తూతుమ్మెదలా మెట్లు దిగుతూ రేవులోకి అప్పుడేవస్తోంది—"

"ఏమండోయ్! ప్రభవస్తోంది—కొంచెంమెల్లగా మాట్లాడండి— అంటూ మిగతావారినందర్నీ హెచ్చరించింది. నర్సమ్మ—

"ఏం! నాకేంభయం అనుకొన్నారా? వెధవముండకి ఆబొట్లూ కట్లూ ఎందుకు చెప్పండి! తలగొరిగించుకొని ఇంట్లోపడిఏడ్వక, ఇదేం

రోగం చెప్పండి!—"అంటూ పురాకృతంగా గోడతగాదావల్ల వచ్చి నకసినంతా వెళ్ళగ్రక్కిందీ సమయంలో వెంకమ్మ—

ప్రభాదేవిహృదయంలో వెంకమ్మమాటలుశూలాల్లా గ్రుచ్చుకొన్నాయ్- అమెసుకుమార హృదయంవెంకమ్మకఠిన వాక్కులచే గాయపడింది. చిన్నబుచ్చుకొన్న మొహంతో చేయునది లేక రేవులో దిగింది- కళ్ళవెంబడి టప్-టప్-మని అనుకోకుండా అశ్రుబిందువులు రేవులో రాలాయి- రేవులో చేరిన అమ్మలక్కల నోటనుండి వెలువడే అపనిందలవాక్కులు వింటోనే పరధ్యానంగా దిక్కులు చూస్తూ మెట్లెక్కింది- పరాకులో పైమెట్టుమీద కాలువేసాననే భ్రమమీద నడువగానే పైమెట్టు పాదానికి తగిలి కాలుమడతపడింది.

వెన్వెంటనే పైనున్న నీళ్ళబిందె జారిక్రిందబడి మెట్లవెంబడి గోదావరిలోకి దొర్లింది- ప్రభ మెట్లమీద బాధపడుతూ కూలబడిపోయింది దిక్కులుచూస్తూ—"

రేవులోని జనమంతా ఈసంఘటన తిలకిస్తూ చచ్చుదద్దమ్మలా నిలబడ్డారు. అనతి దూరంలోనే కూర్చొన్న కుమార్ ఈసంఘటన కళ్లారా చూశాడు- మనసుయుండబట్టలేక వెంటనే రేవువద్దకు పరుగెత్తుకొని వెళ్ళాడు- ప్రభాదేవిలేవాలని ప్రయత్నించింది- కానిలేవలేక పోయింది—"

'ప్రభా ప్రభా,"- అంటూమెట్లుదిగి వెళ్లాడు కుమార్ బాబు—

'ప్రభా, అంతపరాకెందుకూ!- అంటూ చేతులుపట్టుకొని లేవదీసాడు- ఇలాజబ్బలు పట్టుకొని లేవదీయడం సర్సమ్మ, వెంకమ్మ, తదితరులంతా కళ్లారాచూసారు—"

'అయ్యో; అయ్యో; ఎంతపని—"అంటూ ఆశ్చర్యపోయారు- కుమార్ వారిచేష్టలన్నీ తిలకించాడు విషపుచూపులుచూస్తూ రేవులోని జనమంతా వెళ్ళిపోయారు"

'ప్రభా"—"కుమార్"—"ప్రభా, ఒగ్గించానికి నువ్వేంచేస్తావులే? రా;" అంటూ బిందెను గోదావరి లోంచి తీనాడు—

రా; ప్రభా"- అంటూ ప్రక్కనున్న రాతి మీద మెల్లగాకూర్చోబెట్టాడు—

"కుమార్, వారంతాయుటోంటే అలాచోవచేసావేం!- అంది ప్రభా—

"అవును. చూసినవారంతా నిలబడ్డారేగాని లేవనెత్తారా? నామనస్సుకూడా వారిదంటేకితన మనస్సు అనుకొన్నావా? నాప్రియురాలేకాదు ఎవరైనాసరే ఇటువంటిఆపదలలోనైనాసరే వారికి భయపడి ఊరుకొంటానా ప్రభా?- అంటూ మరింతదగ్గరకు చేరాడు కుమార్,

"కుమార్ బాబూ, వారందరి అపనిందల వాక్కులను విన్న తరువాతకూడా ఇంకా నన్ను ప్రేమిస్తున్నావా?,— అంది ప్రభా భయంతో-

"ఇప్పుడేకాదు ఎంతటి ఆపదలు తటస్థించినా ప్రేమిస్తాను- నువ్వునాహృదయేశ్వరివి. ప్రభా,— 'నీప్రతిబింబము నాహృదయ దేవాలయంలో ప్రతిష్టింపబడింది—ప్రభా,—'అంటూ నల్లనితాచు పాములాయున్న ప్రభనల్లటి జడను స్పృశించాడు—

'కుమార్, నేను వితంతువని తెల్సుకొనికూడా— 'అంటూ చెప్పిందిప్రభ- కుమారుకి తాను వితంతువని రేవులోని వారివల్ల తెలిసిందని అనుకొనింది.

'అబ్బా, ఎందుకీపరీక్ష? ఆసంగతినాకింతకుముందే తెల్సింది"-

"ఇంతకుముందే తెల్సునాకుమారు?,— 'తెలుసును ప్రభా, నాకంతా తెలుసును—మీఅన్నయ్య—, ఆఁ, మనిద్దరిసంగతీ అన్నయ్యకుగూడా తెల్సునాకుమారు?—

"తెల్సును నేనేమనసు యుండబట్టలేక చెప్పాను- నీ నిజచరిత్రంతా చెప్పాను అన్నయ్యా- ఇంతకీనీది నిశ్చలప్రేమని చేరదీసాను- అంతే". అంటూ మోహన్‌కు తనకీ జరిగినఘట్టమంతా చెప్పాడు కుమార్ బాబు-

కుమార్, అంతకంతకూ రహస్యం బట్టబయలు అవుతోంది- రేవులో జరిగిన నాటకమంతా తిలకించేయుంటాప్, త్వరలోనే —

ఏందుకాభయం? మనకి అనుకూలమైన కాలం వచ్చేదాకా ధైర్యంతో యుండాలి. త్వరలోనే మనపని నెరవేరుద్దాము. మరచాను చెప్పడం రాత్రిఓసారి అన్నయ్యానుకల్సుకోమను- అంటూ హెచ్చరించాడు-

కుమార్, అన్నయ్య మనిద్దరివివాహాన్కి అంగీకరిస్తూన్నాడంటే నాకెంతో ఆనందాశ్చర్యాలు కల్గుతున్నాయ్- ఇంతకీ ఏంజరుగనున్నదో?- రేవులోగొడవ బయటపడితే పడనీలే, వాటికన్నింటికీ లెక్కచేయకు కాని, జగ్గినసంగతంతా అన్నయ్యతో రహస్యంగా చెప్పారాత్రిరమ్మను అంటూ ధైర్యవాక్కులచే ప్రభనూరడించాడు-

చీకటిపడిందని ప్రభాదేవి ఇంటికివెళ్ళిపోయింది- ముందు రంగూన్‌ప్రయాణం ఎలాసాగించాలో ఆలోచించుకొంటూ కుమార్ బాబు ఇంటిముఖం పట్టాడు.

ప్రేమికుల ప్రణయనాటకంలో మన్మధుడిది విలన్‌పాత్ర- తన బాణశరంపరలచే స్త్రీపురుషులను రేకెత్తిస్తాడు- ప్రేమప్రేమంటో పూలబాణాలు విసురుతాడు- అవమానిస్తాడు- నానా అగచాట్లుపెడతాడు-

అబ్బ, ప్రేమికుల ప్రణయనాటకంలో ఎన్ని చిక్కులున్నాయో చూడండి ఏమిటోమరి ఈఆటపాటలు మన్మధుడికి ? ? ?

౪

నాన్నా, ఇంకామీరు భోంచేయలేదా?- అంటూ వచ్చినతోడనే అడిగాడుతండ్రిని-

లేదుబాబూ, నీకోసమే కానుకొని కూర్చొన్నా- అంటూ లక్ష్మణరావుగారు పలికారు-

అయ్యో! నాకోసం ఎందుకుకూర్చొన్నారు? రండి త్వరగా తిందాం, అంటూ భోజనానికి సంసిద్ధుడైనాడు కుమార్ బాబు-

ఆతండ్రీ కుమార్ లిద్దరూ హోటలునుంచి వచ్చిన భోజనాన్ని ఆరగించారు- తగినసమయముకొఱకు కాచుకొనికూర్చొన్న కుమార్ తనరంగూన్ ప్రయాణ 'ప్రయత్నాన్ని తండ్రికి తెలియచేయాలని వారిభోజనాలసమయంలో తెలియపరిచాడు-

నాన్నా,, నేనుఅక్కడ ఉద్యోగంచేస్తూ క్రొత్తవిషయాలు నేర్చుకోవాలనియుంది- రేపోఎల్లుండో ప్రయాణంఅవుతున్నా,- అంటూ తన కోర్కెను తండ్రికి తెలియజేసాడు కుమార్-

ఒక్కడే అల్లారుముద్దుగా పెరిగాడుగాబట్టి, కుమార్ ఉద్దేశ్యాలకి ఎదురుచెప్పలేక పోయారు లక్ష్మణరావుగారు-

భోజనాలు పూర్తిచేసారు-మెయిన్‌హాలులోకివచ్చారు ఇద్దరూ,

"డాక్టరుగారూ! త్వరగా మాఇంటికి రావాలి- వెంటనే రాకపోతే మాపిల్ల మాకు దక్కదండీ! బాబుగారూ—" అంటూ ఓముదుసలి వేడింది—

"వెంటనే డాక్టరుగారు ఆలస్యంచేయకుండా మందులసంచీ మొదలగు కావలసిన వస్తువులన్నీ తీసుకొని ముదుసలి వెంటనేవెళ్లారు.

తండ్రిని అలా పరిపంచి కుమార్ బాబు, ప్లీడరు మధుసూదనరావుగారి ఇంటికి బయలుదేరి వెళ్ళాడు- గోదావరిగట్టువెంబడి నడుస్తూ,

పిల్లకెరటాలమీదనుంచి వచ్చే శీతలవాయువుల్ని పొందుతూ, ఆనందిస్తూ, భవిష్యత్ జీవితాన్ని చిత్రించుకొంటూ ఇన్నిసుపేట చేరాడు-

"మోహన్- మోహన్!" అంటూ ఇంటిముందునుంచి కేక వేసాడు— అప్పటికే జయాంసులో మొదటిఆట అయిపోయింది—

'ఎవరువారు?' అంటూ ప్రభాదేవి తలుపు తీసింది. "— — —" కుమార్ మాట్లాడకపోయే— "మీ—రా?" అంటూ ఆశ్చర్యపోయింది ప్రభ —"

"రండి! అన్నయ్య ఇక్కడే ఉన్నారు' అంటూ కుమార్ చేయి పట్టుకొని లోపలికితీసుకొని వెళ్ళింది—

'హఠాత్తుగా వచ్చావేం కుమారు? రా! ఇలాకూర్చో'అంటూ ఆహ్వానించాడు మోహన్.

"ఏమీ లేదు ఊరకనే వచ్చాను. అంటూ దగ్గరున్న కుర్చీలోకూర్చొన్నాడు బాబు—

ఎన్నడూ హఠాత్తుగారాని కుమారు, ఇలావచ్చేడేం చెప్మా అనుకొంటూ కుమారుబాబును తిలకిస్తూ ఆలోచిస్తూ నిలబడింది ప్రభాదేవి —

'కూర్చోనరాదేమా? అని చిరునవ్వుతో కుమారు అనేసరికి కూర్చొంది.

"నన్ను రమ్మన్నావుటగా?" అంటూ ప్రశ్నించాడు మోహన్.

'అవునోయ్! ప్రభ చెప్పిందా?' అంటూ ప్రభకేసి చూసాడు— ప్రభాదేవి పెదవులమీద చిరునవ్వులు చిలికిందా సమయంలో—

'మీరేచెప్పమన్నారుగా?' అంది నవ్వుతూ—'

'అవును. అంతాచెప్పావా?' అంటూ తిరిగి ప్రశ్నించాడు కుమారుబాబు.

"చెప్పింది కుమారు ఆవిషయంగురించే రావాలనుకొంటోంటే నీవే వచ్చావు ఏంచేద్దాం అంటావ్? అన్నాడు మోహన్,

'ప్రభా! నాన్నవస్తారా అంతా పడుక్కొన్నారా? అంతా గాఢనిద్రలో యున్నట్లు కుమారునకి సౌంజ్ఞచేసింది.

'మోహన్! రేపు ఎల్లుండో ప్రయాణం పెట్టుకొన్నా - మా నాన్నగారికికూడా అభిప్రాయం చెప్పా.

'— —'

"ఏమిటయ్యా? అన్నట్టూ అడిగాడు మోహన్.

"భయపడకు సుమా మోహన్ ప్రయాణం మానుకుంటే!" నవ్వుతూ జవాబు ఇచ్చాడు కుమారుబాబు'

"జరిగినట్లు బంగారంగానో, మెరిపించాం ఏమైనా చెప్పి అంటూ తెచ్చావేమోయని భయపడ్డాను. అంటూ గుంజసహించుకొన్నాడు మోహన్—'

"ఆఁ! నాకామాత్రం ముందుజాగ్రత్త తెలియదూ?

'— — —'

"సరేలే; మరి ప్రభను ఏం చేస్తావ్? అంటూ ప్రశ్నించాడు మోహన్.

"చేసేదేముంది- కూడాతీసుకొని వెళ్తాను—" అన్నాడు కుమారుబాబు—

'కొంచెం మెల్లగా మాటలాడుదురూ! గోడలకి చెవులుంటాయని తెలియదుగాబోలు" అంది హెచ్చరిక స్వరంతో-

'చెల్లీ, ఇంకా భయమెందుకమ్మా? నీజీవితాకాశంలో కుమారు చంద్రుడు ఉదయించాడులే. నీ కాళరాత్రులు నశించాయిలే. త్వరలోనే జీవితంలోని చీకటిరాత్రులు పోయినందుకు నాకెంతో ఆనందంగాయుంది- ముందునీఅదృష్టం ఎలాయుంటుందో? అంటూ నిశ్చలంగా చెల్లెల్ని దీవించాడు మోహన్.

'ఇంతకీ ప్రభ నాతో రావడానికి నీకు ఇష్టమేగా?' అంటూ యుక్తిగా పలికాడు కుమారుబాబు—

"సందేహంలేకుండా పూర్తిగా ఇష్టపడుతున్నా—' అన్నాడు మోహన్.

అమాంతంగా ప్రభకి సిగ్గుదొంతరలు ఆవరించినాయి.

"బావగారు సరిగ్గా యుంటారంటావా అన్నయ్యా!— అంది ముసిముసినవ్వులతో ప్రభాదేవి—'' ఎందుకుండరు! ఏనాడైతే ప్రేమ పాశంచేత నన్ను బంధించావో ఆనాటినుంచే నీహృదయమనే రోటికి కట్టివేయబడ్డాను' అన్నాడు కుమారు ఛలోక్తిగా—

ప్రభ మరింక మాట్లాడలేకపోయింది—

"బావా; ఈరహస్యం నీకుతప్ప మరింకెవ్వరికీ తెలియనివ్వకూడదుసుమా అంటూ హెచ్చరించాడు కుమారుబాబు—

'ఎంతమాట; నాకు తెలుసునులే— అన్నాడు మోహన్—

"అన్నయ్యా, అమ్మానాన్నని వదలిపెట్టి వెళ్ళమంటావా!' అంది దీనవదనంతో ప్రభాదేవి—

'చెల్లీ! నీకు పిచ్చిగానీ, నీజీవితంలో నిప్పులుకురిపించే తలిదండ్రులుబంధువు లెందుకమ్మా! సతికి పతికంటే ఏముందీలోకంలో?

కుమారుబావ అన్నీచూస్తాడులే- విచారించకు'' అంటూ చెల్లెల్ని ఊరడించాడు మోహన్_' అన్నయ్యా! నేలేచిపోయానని, అమ్మా నాన్నకు అపవాదులురావూ! ఇంతటిఅవమానాన్ని సహిస్తో బ్రతుకుతారంటావా!——'- అందిప్రభ__

"చెల్లీ! ఇంత బేజారువయితే ఎలాచెప్పు ఏఅపవాదూరాకుండా నేచూస్తాగా—, అంటూధైర్యంచెప్పాడు మోహన్__

'బావా! ఎల్లుండిరాత్రి బండికి స్టేషనుకు ఎలాతీసుకువస్తావో రా! నేనుమాత్రం స్టేషనువద్ద కలుసుకొంటాను- బండిఎక్కించిమరీ వెళ్ళాలిసుమా, రహస్యంగా తీసుకొనివచ్చే భారంనీది- అంటూ మోహన్‌ను ఉద్దేశించి చెప్పాడు కుమారుబాబు—

'ప్రభా! దేనికైనా ధైర్యం అనేదియుండాలి—, ధైర్యం సగం బలం- అన్నారు పెద్దలు- భయపడకు— అంటూ ప్రభకి ధైర్యం చెప్పాడుకుమారు-

'అన్నయ్యా! కొన్నాళ్లుపోయాక నువ్వొరావాలిసుమా—" అంది ప్రభ—

'అలాగేలే! ముందునీ సంసారంసరిచూసుకో- తర్వాత నేరావడానికి, ఉపాయాలు చూస్తాగా! 'కొద్దిరోజులలో నాన్ననీ ఒప్పిస్తాలే! ముందు మీకార్యం సాగించండి-, అంటూ హెచ్చరించాడు --

'బావా! మరినేవెళ్ళివస్తాను- రేపు రానుసుమీ! ఎల్లూండిరాత్రి ప్రయాణం మరచిపోకేం—'

'ప్రభా! వెళ్తున్నా- జాగ్రత్తగారా!- అంటూ కుమారుబాబు మెల్లగా మెట్లుదిగి వచ్చేసాడు—

గోదావరిగట్టు వెంబడినడచి ఆర్యాపురంలో యున్న తనఇంటికి మెల్లగాచేరాడు కుమారుబాబు—

♦ ♦ ♦ ♦

"ఎక్కడికి వెళ్లావురా బాబూ, అంటూ లక్ష్మణరావుగారు ప్రశ్నించాడు.

'పనుండి స్నేహితుడి ఇంటికి వెళ్లాను నాన్నగారూ,-' అంటూ క్లుప్తంగా జవాబిచ్చి పడుకోవడానికై వెళ్లిపోయాడుకుమారు.—

రాత్రింతా తనప్రయాణాన్ని గురించే ఆలోచిస్తూనే నిద్రాదేవి ఒడిలో నిద్రించాడు—

మరునాడే తండ్రివద్దచెక్కుతీసుకొని కావలశినంత సొమ్ము ఆంధ్రాబ్యాంకునుండి తెచ్చుకొన్నాడు ప్రయాణానికి అన్నీ సిద్ధపరుచు కొన్నాడు- ప్రేమజీవులు ఇలాపరారి అవుతున్నారంటే తప్పుందా!

జీవితానికి శాంతిసౌఖ్యాలు- స్వాతంత్రములేనపుడు జీవించడం మహాకష్టసాధ్యము

అందులోనూ ప్రేమైకవివాహాలని అర్థంచేసుకోలేని ఈమూర్ఖ ప్రపంచంలో ఇంకాచాలవరకు పురాతన పద్ధతులలోనే వివాహాలు జరుగుతున్నాయి—

స్త్రీ పురుషులు ప్రేమించుకోవాలి- ప్రేమతత్వం తెలుసుకోవాలి- ప్రేమించే పెళ్లిచేసుకోవాలి- అప్పుడే అది ఆదర్శజీవితమనిపించుకొంటుంది- కాదంటారా—

అవును మరి- ప్రేమజన్ములకు స్వాతంత్ర్యము ఈయకపోతే తెగించి, పరారికారూ—

పంజరములో చిక్కి శాంతి సౌఖ్యాలు నశింపచేసుకొన్న చిలుక ఏంచేస్తుంది—

ఎన్నటికైనా తరుణం వస్తే యజమానిని వంచించైనా పరారి అయి స్వాతంత్ర్యజీవనంకోసం పాట్లు పడుతుంది--

చేజిక్కిన పిట్టయినా సమయం వస్తే పరారి అవదూ,

కారణం?- స్వాతంత్ర్యంకోసం- స్వాతంత్ర్యంలోనే జీవితసోపానాలున్నాయి- అవి అందుకొంటూ [illegible]స్తుంది--

పరారి అవడం లోకసహజం! నేచరల్—

పరారి అయినంతమాత్రాన ఏంచేయగల్గిందీ నిర్బంధనపు సంఘాలు-శాసనాలు?

ప్రభాదేవి- కుమారుబాబు వెళ్లిపోయారు-

ఒక్కమాటచేత ప్రపంచాన్నంతా కట్టిపారేశాడు మోహన్ మోహన్ తెలివిగలబుర్ర—

మోహన్ వంటి ఆదర్శపురుషులీ విశాలప్రపంచంలో యుంటే భారతస్త్రీల శాసన జీవితాలు ఇక్కట్లుండుకుండును?

లేక కుమారుబాబు వంటి నిర్మలహృదయులుంటే భారతనారీమణుల జీవితాలెందుకు అపవిత్రమవును?

ప్రేమలోనే కామం- కామంలోనే ప్రేమ—

ప్రేమ కామప్రేరేపితం- కామం ప్రేమ సంబంధి—

కాని! కుమారుని ప్రభావ ప్రేమ నిర్మల నిర్వ్యాంచిత ప్రేమ! నీరు పల్లానికే ప్రవహిస్తుంది ప్రేమ హృదయ సముద్రంలోకే ప్రవహిస్తుంది

X

నిర్ణయించిన రోజున చాకచక్యంగానూ తెలివితేటలుతోనూ ప్రభ హృదయాన్ని పదిలపరుస్తూ రాత్రిబండికి ప్రభను ఎక్కించి కుమార్ కు వప్పగించి ఇంటికివచ్చి ఏమీ ఎరగని నిరపరాధిలా పడుకొని నిద్రపోయాడు నిశ్చలంగా మోహన్.

తూరుపు తెలతెలవారింది- మేలుకొలుపు పాటలు పాడుకొంటూ ఎవరో గోదావరిస్నానానికి వెళుతున్నారు— పక్షులుధ్వనిచేస్తూ ఆహారాన్వేషణార్ధం గూళ్ళనువిడిచి పసిపాపలను విడువలేకపోతున్నాయి,

అయ్యో! అయ్యో! అంటూ వెర్రిమొహంతో మోహన్ మంచంవద్దకువచ్చింది ఆదుర్దాగా లక్ష్మమ్మ

ఏమిటే? అంటూ కళ్ళునులుపుకొంటూ లేచాడు మోహన్,

ప్రభకనపడటంలేదురా, చూడరా . . . అంటూ లక్ష్మమ్మ విలపించసాగింది,

ఎక్కడికిపోతుందే! సరిగ్గాచూడు, దొడ్లోకిగాని వెళ్ళిందేమో! అని ఏమిఎరుగనివాడిలా వెదకటం ప్రారంభించాడు—

పోయినదానికి పలవరింతలెందుకురా, జీవా. అంటూ బిచ్చగాడు పాడుకొంటూ పోతున్నాడు ఆదారివెంబడే—

అయ్యయ్యో! ఇంకెక్కడిదొడ్డిరా, అన్నీ తిరిగానురోయ్! అంటూ మరింత ఏడ్వడంప్రారంభించింది.

అమ్మా! కేకలుమాత్రంవేయకు, నేచూస్తానుండు, అంటూ తప్పటడుగులు వేసుకొంటూ దొడ్లోకివెళ్లాడు మోహన్-

అంతా కొంతసేపువెదికారు-

మోహన్! ఈఉత్తరంఏమిటోచూడు, దానిమంచంమీద యుంది' అని వణికేచేతులచే మధుసూధనరావుగారు ఉత్తరాన్ని అందించారు.

సంగతంతా తెలిసియుండేగూడ 'ఏమీఎరుగనివాడిలా నటించి ఆఉత్తరం చదువుకొన్నాడు,

కొంచెం గట్టిగాచదవరా! కొంపఏమీ ములగలేదుగదా? అంటూ లక్ష్మమ్మ కళ్ళనీరుతుడుచుకొంది.

జర్గిందేదో జర్గిపోయింది, కేకలుమాత్రం ఎవరూవేయడానికి వీల్లేదు, అనికోపంగాపలికి హెచ్చరించాడు తలిదండ్రులకు మోహన్,

ఏదో కొంపమునిగిపోయిందిరోయ్ . . . _అని లక్ష్మమ్మనెత్తి బాదుకోవడం మొదలుపెట్టింది.

ఒరేఅబ్బాయ్! పోతేపోయిందిగాని, బ్రతికియుందా? మెల్లగా ప్రశ్న వేసారు మధుసూధన రావుగారు.

బ్రతికియుండక చచ్చిందనుకొన్నారా? వినండి, దీనికంతా కారణముమీరే—

అదేమిట్రా— అలాఅంటావ్!—

అవును, నిజంగా మీరేకారకులు, చిన్నప్పుడే పెళ్ళిపెళ్ళంటో దానిమెడలో ఉరిత్రాడుకట్టించారా? ముండని, ఇంట్లో కూర్చోబెడతారా? దానికర్మకొద్దీ అదివిధితంతువయింది. అంతమాత్రంచేత యౌవ్వనంలోయున్న పిల్లను ఇలానిర్బంధంచేసి యుంచుతారా? పెళ్లిచేస్తే

అప[illegible] [illegible] [illegible] జ్గింది? అంత కంటె [illegible] [illegible] సౌఖ్యంకోసం లేచి పోయింది— [illegible]?

"[illegible] లక్ష్మమ్మ—

"[illegible] నీకి నీళ్లేదు— ఓపిక యున్న [illegible] ని మాసింది— [illegible]? మంచిపనే చేసింకంటా [illegible].

"[illegible]! [illegible] మధుసూ ధనరావుగారు [illegible]—

[illegible] అపూర్వ సేవాశక్తి [illegible] అనేమాటలే ప్రతిధ్వనిస్తు [illegible].

'అప్పుడు [illegible] భార్యగతిస్తే, ఏంచేస్తారు? [illegible]

[illegible], ప్రజలు ఒప్పు కొంటారా?

స్త్రీ[illegible] సంసార సుఖం అను[illegible]

స్త్రీ[illegible] చే ఎము కలగూడు [illegible] [illegible] కొన్నారా"

అంటూ చకచకా [illegible] [illegible] చేసరికి అతలి దండ్రిలిద్దరూ [illegible].

ఒక[illegible] [illegible] [illegible] షము కలుగుతోందేగాని [illegible].

"అయితే దానికి నువ్వేప్రోత్సాహం ఇచ్చియుండాలి-లేకపోతే దానికంత గుండె నిబ్బరం ఎక్కడుంది? అంది కోపంగా లక్ష్మమ్మ—

"అలాగేఅనుకోండి- అందులో తప్పేముంది? జీవితానందం కోసం నరకకూపం నదులుకోక మీరొక్కరే యుంటుందనుకొన్నారా? దానివిషయమైమీరు నేచెప్పే సలహా వింటారాలేదా? వినకపోతే ఇక్కడనేగూడా ఎందుకూ? నేనూ దేశాంతరంపోయి దేశసేవచేసు కొంటూ బ్రతుకుతాను- వింటారా లేదా చెప్పండి'అంటూ నిక్కచ్చి గానే అడిగాడు తలిదండ్రులను మోహన్.

మధుసూధనరావుగారి మొహాన కత్తివాటుకి నెత్తురుచుక్క లేదు ఏంచేయడానికీ పాలుపోవడంలేదు.

'ఇదేంనాటకంరా? అపవాదులు నెత్తినపారేసి అదిపోయింది- అదీగాకుండా నువ్వూ పోతానంటే ఎలాచెప్పు? ఎంత నీమాటలువిన్నా లోకాన్ని, ప్రజలను కట్టగలమా? అంటూ ప్లీడరుగారు పలికారు సమాజయుక్తంగా—

"తప్పకుండా కట్టివెయ్యగలము- ఎలాగంటారా? ఎవరైనా ప్రభనుగురించి అడిగితే, ఇలాలేచిపోయిందని చెప్పక, అమ్మమ్మగారి ఊరువెళ్ళిందని చెప్పండి- అలాగే కాలంగడపండి- తర్వాత సంగతి ఆలోచిద్దాము—" అంటూ తనువేసుకొన్న ప్రయత్నాలన్నీ తలిదం డ్రులకు చెప్పాడు.

'సరేలెండి! ఇప్పుడు చెబుతారు వేదాంతంకబుర్లు—జరిగిందేదో జరిగిపోయింది—నేచెప్పినవిధంగా మాత్రం చెయ్యండి—జాగ్రత అంటూ మరల వక్కసారి హెచ్చరించాడు—

చెల్లెలు నిమిత్తం అలాత్యాగంచేసిన అన్నయ్యలు ఈవిశాల ప్రపంచంలో నూటికి వక్కరైనా యున్నారంటారా?

అల్లాయున్నరోజున సోదరీమణుల అభాగ్యజీవితాలు ఇట్లెందు

కుంటాయ్? అలాంటి అన్నయ్యలే యున్నపుడు ప్రేమసామ్రాజ్యంలో ప్రేమికులకు తగువు లెందుకుంటాయ్?

లేఖవ్రాసి ప్రభమంచంమీద యుంచినది మన మోహన్ అని పాఠకులు గ్రహించియేయుంటారు —

అబ్బ! ప్రేమోపాసకులకు సంకెళ్ళు తగిలిస్తే మాత్రం వారి ప్రయత్నాలు వృధాకావుగదా—

మన్మథుని బాణశరపరంపరలకే ఆసంకెళ్ళువీడిపోతాయి-ప్రకృతిలో ఎంత ఆనందం ఇమిడియుందో చూడండి?

ఎంతనిర్బంధిస్తే అంతత్వరలో విముక్తి!

౬

అది- రంగూన్:—

రంగూనులో రాణీపురంచూడటానికి చాలా బాగుంటుంది—

రాణీపురంలో రకరకాల రమ్యమైన భవనాలూ, పార్కులూ ఉన్నాయి- దగ్గరగానే హార్బరు. బీచ్ కూడాయుంది.

రాణీపురంలో కుమార్ బాబు ఓభవనాన్ని అద్దెకుపుచ్చుకొన్నాడు—

"భవనాన్ని చుట్టూ పెద్దఆవరణ"

ఆవరణలో చక్కని ఉద్యానవనంయుంది—

'వసంతునిరాకతో తనివితీరగా చెట్లనుండి ఎగిరేకోయిలలుకూ' అంటూ ప్రణయగీతాలు వినసొంపుగా పాడతాయి—

'వసంతుని చూచి ఆనందం పట్టలేక ప్రణయగీతాలు ఆలాపించాయంటే ఆశ్చర్యమేముంది —

"కూ'—"కూ'—అని కోయిల [illegible] కంఠస్వరంలో ఎంతరాగ సుధారసము ఇమిడియుందో చూశారా!

వసంతఋతువిరా[illegible], ఉద్రేకము వాటం, తటవేపుట్టుకొ[illegible]—

కొమ్మ[illegible], [illegible] లేతాకుల గుబురులో కదలక మెదలకయుండి [illegible], ఓరకంటిని చూస్తూ, ఆనందడోలిక[illegible] ఉన్నా[illegible]టూ వో ప్రణయగీతాన్ని ఆలా[illegible]—

వసంతంలో [illegible]!

"కొండ[illegible]—[illegible]లో వెలుగుఅమావాశ్య పౌర్ణమిలాగ, [illegible] జవిసం సాగుతుంది. ఆచీకటి [illegible]లలో [illegible] కాపురముంటాయి— అబ్బా! ప్రకృతి గర్భంలోని [illegible] విచిత్రసృష్టికి, ఆపరమేశ్వరుడ్ని ఎలాఅభినందించాలో [illegible]

సాయంత్రం [illegible]—

అప్పుడే [illegible] సూర్యభగవానుడు సముద్రస్నానానికై పోతున్నాడు—

అప్పుడే ఆఫీసునుంచి వచ్చిన కుమార్‌బాబు డాబాపైన చల్లటి గాలికోసం కూర్చున్నాడు.

అస్తమిస్తున్న అరుణ కాంతులలోని రక్తరేఖలు ఆతని నేత్రాలలో ప్రతి ఫలిస్తున్నాయి

దగ్గరగాయున్న సముద్రఘోష వినబడుతూయుంది—

కుమార్ [illegible]—

ప్రభా[illegible] కుమార్ ప్రక్కనే నిలబడింది—

-[illegible] — " [illegible] ప్రభ తామరతూండ్ల లాంటి చేతులు [illegible] లో [illegible] పెట్టాడు'

"[illegible] ఇదిగో,— అంటూ [illegible] —

"ఆహా [illegible] —"

'ఏం [illegible] —' అంటూ [illegible] —

"అ! [illegible]?" అంటూ కాఫీ తాగింది ప్రభా[illegible].

'ప్రభా, [illegible] బాబు—

ఆ [illegible] —

"ప్రి[illegible]" అని [illegible]

"[illegible] పంపకు తెల్సిందా?— "

'[illegible]? పిల్లప[illegible]యంలో తల్లి తీసుకొనే [illegible]

"ఎలా [illegible] నా [illegible] మేగా!"

"అబ్బ; [illegible] అంత [illegible] మనా?

"[illegible] ముగ్ధ [illegible] లితం—" అంటూ నవ్వుతూ [illegible] కుమారు.

ప్రభాదేవి సిగ్గుతో [illegible].

'పాపం; [illegible] ముద్దుముచ్చటలు తీర్చేవారే లేకపోయారు?—

'మరి, [illegible] అంది [illegible] ప్రభ-

"[illegible] ప్రాలైనా ముడుచుకో[illegible]

'ఆహాఁ, అలాగా దేవీ! కవితాధోరణి నీకూ అబ్బిందే!అంటూ దగ్గరగాచేరి గాఢాలింగనం చేసుకొన్నాడు ప్రభని—

ప్రభ బుగ్గలమీద వెన్నచిలికినట్లు ముద్దులవర్షం చిలికింది— వీరిద్దర్నీ చూస్తూ ఓపక్షులుజంట కబుర్లుచెప్పుకొంటూ ఆసమయంలో ఎగిరిపోయాయి-

'కుమారు! మనసంగతి తెల్సినతర్వాతనైనా మనబంధువులు చూడటానికి వస్తారంటావా?''

"నిజానిజాలు తెల్సుకొంటే, బుద్ధిమంతులైతే వస్తారు- వాళ్లు రాకపోతే మన కేంలోటు చెప్పు-

"ఏమీలోటులేదు— కానీ; కుమారుబాబూ! అన్నయ్యావద్ద నుంచి ఉత్తరంవచ్చి చాలరోజులయిందిగదూ? ఓకార్డువ్రాసి పడ వేయండి!'

,అలాగేలే! అదీగాక అన్నయ్యఇక్కడికువస్తానంటాడెందుకూ?

"మనం అంటే మహాసరదా అన్నయ్యకి- ముచ్చటగా మనతో కాలంగడపాలని అన్నయ్యఉద్దేశ్యం-•

ప్రభ పెన్నువగైరాలంతా త్రుటిలోతీసుకొనివచ్చింది-

ఉత్తరం వ్రాయడంపూర్తిచేసి ఇలాచదివి వినిపించాడు-

క్షేమం రాణీపూర్- రంగూను-

డియర్ బావా! 16—12—1941

ఇక్కడప్రభవగైరా అంతాక్షేమం- నీవద్దనుంచి లేఖవచ్చి చాలరోజులయింది- ఇక్కడయుద్ధపువార్తలు వింటోంటే మాకే తీరని భయంవేస్తోంది. పక్షిశానికి ఎలాయుంటుందో ఊహించలేంగా? ఆకారణంచేత ప్రస్తుతంనీప్రయాణం ఆపుచేయవలశిందని మేమిద్దరమూ కోరుతున్నాము. బావా! దూరదేశంవచ్చి మేముపడేబాధలు నీకెలా తెలుస్తాయి? రేపో, నేడో జపానువిమానదాడి జరుగుతని అనుకొంటు

రు- ఇంతకంటె ఎక్కువవివరాలు వ్రాస్తే సెన్సారువాళ్ళు బ్రతకనివ్వరు. మేమంతా తగుజాగ్రత్తలోనే యున్నాము. నాకోసం నీవేమియూ కంగారుపడనసరంలేదు.

జవాబులుశీఘ్రం వ్రాస్తూయుండు.

ఇట్లు

నీ మదీయక్షేమాభిలాషి

కుమార్ బాబు— బి. ఎ, బి. ఇ

ఆమాత్రంవ్రాస్తేచాలు. అంటూ ఆఉత్తరాన్ని కవరులోపెట్టి అంటించి భర్తకుఇచ్చింది ప్రభాదేవి.

ప్రభా? విమానదాడి జరుగుతున్నసమయంలో ఏంచెయ్యాలో తెల్సుగా? అలాంటివార్తలు తెల్సినవెంటనే ఆఫీసువదలి వచ్చేస్తాలే! అంతవరకు జాగ్రత్తగా మాత్రం యుండు— అంటూ క్లుప్తంగా గమనించవలసిన ముఖ్యవిషయాలు చెప్పాడు.

ఆసమయంలో బర్మా ప్రజలకు సరిగా నిద్రపడుతుందంటే నమ్మవలసిన విషయమంటారా?

ఏక్షణానానికి ఏఉపద్రవం వస్తుందో ఈజీవులు తెల్సుకోలేరు గదా—

—•—

౨

మధుసూధనరావుగారింట్లో ప్రభలేని కారణంచేత ఇల్లుచాలా చిన్న బోయింది- ప్రభఅప్పటికి వెళ్లి ఏడాదిపైన అయిపోయిందిరోజూ ఆదంపతులకు ప్రభజ్ఞాపనే,

కృష్ణవేణింని .... వ్యాయి కమ
సంతతింగాని .... పంగంటే ప్రేమా
నురాగాలు సరి పప్ర ....

లోని .... గళమప్పుతూ
వచ్చాడు షైనహా ....

తెన్నీళి రంగా .... యంది ఎలా
గునా పయిని తెన్న .... రడవా? కేవు
కేవని ఎవ్వన్న .... - అంటూ మధు
సూధనరావుకార ....

"ఎ శ .... క్కను" అంటూ
లక్ష్మన్నగార ....

" ష్పటున్నా .... ష శాన్త్రమాట
యినా అనడాని స్నీ .... లక్ష్మణ
రావుగా తుమాయని .... నాతోకూడా
మదా్రసులో చదువ .... శమారు
బాబు — అడ .... ఇప్పుడో
పెద్ద ఇంజనీ .... నా .... బు — మన
పత్రికకి రిప్పటు .... ఉత్తరా
లలో వ్రాశాశు. మన్సి .... మాంగొబు —"
అంటూ తోహాన్ .... లక్ష్మమ్మమధు
సూధనరావుకారి .... ఆరంభి చ్చాను స్సేనా...

'ఇయిపే .... చ్చా .... మా .... లో .... బగా? —
లోషు షమా .... బు రంగ .... య్యా. —
ఎంద .... రామంచిది .... ద్దరి వాశ్శేస్తే
మంచిదే నౌ, బర్తి .... బుననుఅంచిలక్ష్మమ్మ

౮

గుండెనిబ్బరం- ప్రాణసుఖంలేకపోతే జీవితం గడవడం మహా కష్టము- దానినే మనస్సు సరిగ్గాలేదంటూ పలుకుతూ యుంటారు—— మనస్సు సరిగ్గా లేనపుడు ఎటువంటి ఆలోచనలు పుడతాయో చూడండి! అందుకే- థింకింగ్ మైండ్ ఈజ్ ది డెవిల్స్ వర్కుషాపు అన్నారు——

ఆసమయంలో మంచిఉండనే ఉండదు- రాబోయే మంచినైనా చెడుక్రింద తలుస్తాము- ఆవిధంగా బర్మాప్రజలు విమానదాడి జరుగుతుందేమో అనేభయంతోనే అల్లాడిపోయారు.

అది డిశంబరు 23 తేదీ- విమానదాడి జరుగవచ్చునని ప్రజలకు ముందే హెచ్చరించారు రక్షణశాఖవారు.

ప్రభాదేవి ఇంట్లో ఏదో పనిచేస్తోంది- కుమారు వెళ్ళి అప్పటికి రెండుగంటలుపైగా అయివుంటుంది- ప్రభగుండెలు హఠాత్తుగా ఆగినంతపని అయింది. రక్షణశాఖవారి ఈలలు, అరుపులు ప్రభచెవిలో ప్రతిధ్వనించాయి- సైరన్‌కూత మారుమ్రోగింది- విమానాలహోరు వినబడింది.

'హెయిర్ రెడ్ హెయిర్ రెడ్, బి కేరిఫుల్'' అంటూ ఎ, ఆర్ పి, వారు అరుస్తోనేయున్నారు- ప్రభహృదయంలో భయజ్వాలలు ఆవరించినాయి— ప్రజలకోలాహలం ఎక్కువయింది- ఒక్కసారి భర్త ఘాటోవద్దకువచ్చింది. బాంబులప్రేలుడు ధ్వని ప్రభను గింగురులెత్తించేసింది. ప్రక్కనింటివారంతా పరుగులు తీసారు— ఎక్కడి సామాను అక్కడే వదలి ప్రాణరక్షణార్థమై పారిపోయే ప్రజలను చూచేసరికి ఆమెకేమియూ తోచలేదు. కుమారుకోసం ఎదురుచూస్తూ కూర్చొంది భయంతో- ఎంతకీ భర్తరాకపోవడంవల్ల ఆమెహృదయం మరింత వ్యాకులతచెందింది- చిన్నదానిని హృదయానికి హత్తుకొని భర్తకోసం

ఎదురుచూస్తోంది- బాంబులు ప్రేలుతున్నాయి. రక్షణశాఖవారు అరుస్తూనేయున్నారు- ఎవరిత్రోవవారు చూచుకొంటూవేయున్నారు. విరికిజ్వాలలు ఆమెహృదయంలో చెలరేగాయి- ఆమెకూడా చేయునది లేక చిన్నిదానిని ఎత్తుకొని పరుగుతీసింది దాడి ఇంకా జరుగుతోనే యుంది- ప్రభాదేవి అర్థంలేకుండా పరుగుతీసింది.

♦ ♦ ♦ ♦

"పంగ్! ఆగు- చనిపోతావ్' అంటూ అమాంతంగా పరుగు తీసిన కుమారుబాబుని హఠాత్తుగా పట్టుకొని ఆపుచేసి ట్రెంచ్‌లోకి తీసుకొనిపోయారు కొంతమంది రక్షణశాఖవారు—

'వదలండిబాబూ! పోతేపోతాను—అదుగో! నాభార్యాపిల్లలు-' అంటూ ఎంతో బ్రతిమాలినా వినలేదు రక్షణశాఖవారు.

ఆసమయంలో తనఆశాసౌధాలన్నీ కూలిపోయినట్లు దిక్కులు పిక్కటిల్లేలాగ ఓఇల్లుకూలి శిథిలమయింది- ప్రభాదేవి చిన్నిదానితో పరుగు తీయడం కళ్ళారాచూసాడు- త్రుటిలో ప్రభాదేవి అదృశ్య మయింది. ఆసమయంలో ఆతని భగ్నహృదయాన్ని, ఆరాటాన్ని ఏఅనుభవశాలి వర్ణించలేడనే నాఅభిప్రాయము.

ఆల్‌క్లియర్ అన్నట్లు సైరన్ ప్రశాంతంగా కూసింది- విమాన దాడి ఆగిపోయింది- కుమారుబాబు పరుగుతీసాడు— పాపం! సమయం దాటిపోయ్యాక ఏంప్రయోజనం? ప్రభాదేవి మాత్రం కనుపించలేదు. పట్టణమంతా గాలించేసాడు— శిథిలగృహాలన్నీ తిలకించాడు. చేయవలసిన ప్రయత్నాలన్నీ చేసాడు—

తనఇంటి సంతటినీ పరిశీలించాడు. ఎక్కడ సామానులన్నీ అక్కడే ఉన్నాయి— కాని, ప్రభలేనపుడు ఆగృహాన్కి ఏం అందం ఘుంటుంది!

'ప్రభా! ప్రభా—!" అని పిచ్చివాడిలా అరిచాడు ఒక్కసారి—కానికానవస్తుందా తన ప్రేమమూర్తి? బావురుమని ఏడ్చాడు- అశిథిల హృదయారాటం ఆసమయంలో తిలకించే దెవరు!

ఎన్నో తలంచరాని తలంపులు తలచాడు- చివరకు ప్రభ మరణించేయుంటుందని నిశ్చయించుకొన్నాడు—

అదే ఆతని సెల్ఫ్ శాటిస్ ఫేక్షను.

రంగూను జపానువారు ఆక్రమించారు— కుమారు వారిచేతుల్లో చిక్కిపోయాడు— ప్రేమజీవులకు ఎటువంటి అవస్థలు సంభవించాయో చూడండి! ప్రేమమయుల పరిణయము ఇలా విచ్ఛిన్నము కావలసినదేనా—?

ఇప్పుడు కుమారుకి "బ్రతుకు చీకటి రేయి—"

౬

యుద్ధంవలన బర్మీజలంతా హడలిపోయారు— పత్రికలన్నీ యుద్ధపువార్తలతోనే నిండిపోయేది. ప్రజలంతా అనేక అహోరాత్రాలు అశాంతిలో అటమటించిపోయారు- తినడానికి తిండియుంటే కట్టుకోవడానికి బట్టలేనంత పరిస్థితి ఏర్పడింది— పేరుమోసిన భవ్యభారతదేశం గొడ్డుబోయిందా? అన్నారు అంతా- ఎలాగయితేనేమి యుద్ధం పేరిట దేశంలో క్షామం బయలుదేరింది— దేశవీరులు వీరమరణం పొందారు_ ఏక్షణానికి ఏజీవనశాఖం కూలిపోతుందో, ఏసమయానికి ఏఆశావృక్షాలు మొదలంట పడుకబడుతుందో అని అనుకొనే బర్మా ప్రజల ప్రాణాలు అరచేతుల్లోకి వచ్చాయి ఇప్పుడు.

"బర్మా విమానదాడి- జపానువారి ఆక్రమణ" పేపర్లు అమ్ముకొనేవాడు అరిచాడు ఒక్కసారి వళ్లు జలదరింపుతో—

మధుసూధనరావుగారిగుండెహఠాత్తుగా ఆగినంతపనిఅయింది- గబగబా ఒకపత్రికకొని పుటలు తిరగవేసారు- ప్లీడరుగారు తాను నిల్చున్న ప్రదేశంనుంచి కాలుకదపలేకపోయారు— ఒంటినిండా ముచ్చెమటలు పోసాయి— పెదవులమీాది తడి ఆరిపోయింది- కళ్ళు నీరు కార్చారు- ఆయన తడబడుతూ ఇల్లుచేరారు— మొఖాన కత్తివాటుకైనా నెత్తురుచుక్క యుండదు.

"ఏమయింది?" అంటూ, మోహన్, లక్ష్మమ్మ ఆదుర్దాగా అడిగారు—

"బర్మాపని— అందరిపని అయిపోయింది" అని ప్లీడరుగారు అనేసరికి లక్ష్మమ్మ గుండె నీరైపోయింది—

మోహన్ తలిదండ్రులనెంతో ఊరడించాడు- పాపం! అంతా ప్రభమీాద ఆశవదులుకొన్నారు.

౧౦

విమానదాడి సమయంలో స్వప్రాణరక్షణార్థమై చాలామంది పారిపోయిబ్రతికి బయటపడ్డారు- ఎవరిత్రోవవారు చూచుకొన్నరు— బంధువులను, సుతులను, సతులను ధైర్యంతో విడచిపోయిన జీవులహృదయారాటం ఏమని వర్ణించగలను పాఠకులు హృదయాలలో కష్టసుఖాలను ఒక్కసారి ఊహాగానంతో చిత్రించుకొంటే అర్థమవుతుంది— బర్మాయుద్ధపువార్తలు, వింతగాథలు విన్నవారి కందరికీ తెలును—ఆ విధంగా భర్తనువదలి, విధిలేక పరారిఅయిన జీవులలో ప్రభాదేవి ఒకతె— దారీతెన్నూలేని త్రోవలో నడచి పోతోంది. చిన్ని

దానితో- భర్తను, ప్రేమమయుడైన ఆకుమార్ బాబును వదలివచ్చిన ఆక్షణికంలో దారీతెన్నూ కనబడటంలేదు ఆమెకు. ఆమెదృష్టిలో అంధకారము అలుముకొంది- ఆవిధంగా ఎంతదూరమని నడుస్తుంది! ఎచ్చోటకనిపోతుంది? అనిర్జన కీకారణ్యంలో దారిచెప్పేవారెవరు?

ప్రభాదేవిహృదయంలో ఆకలి ఆరాటము ఎక్కువయింది— పిచ్చి ఆవరించింది— తానేస్థితిలోయున్నదీ ఆమెకు తెలియటంలేదు— అనేకపీనుగపెంటలు దాటింది- నెత్తురుటేరులను ఈదింది—చిన్నది, దాహంఅంటూ పలవరిస్తోంటే ప్రభాదేవి హృదయంలో భీకరదావాగ్ని ప్రజ్వరిల్లింది— కాని! ఆరణ్యంలోక్షుద్బార్తులను కాపాడే దెవరు?—

ఆతల్లీకూతుళ్ళ నిర్భాగ్యస్థితిచూస్తూనే స్వార్థంతో రంయ్ మంటూ రెండుకారులు వెళ్లిపోయాయి— కాని—

ప్రభకూడా సొమ్మసిల్లిపడిపోయింది- రోడ్డుకు అడ్డంగా వారిద్దరూ పడిపోయారు. కాళ్ళూచేతులూ కొట్టుకొంటున్నాయి—

రంయ్ మంటూ వుష్పవిమానంలాగ ఓటూరింగుకారువచ్చి ప్రక్కనే ఆగింది— "వారిద్దరినీ త్వరగా కారులోచేర్చు-" అంటూ కారులో వచ్చినయువతి ఆజ్ఞాపించింది. డ్రైవరుని- ప్రభ, చంద్రప్రభ కారులో ఎక్కించబడ్డారు— కారుశరవేగంతో మిట్టపల్లాలు, పొలాలు' దాటిపోతోంది— కారులో యున్న యువతి వారిద్దరికీ శీతోపచర్యలు చేసింది- ఇద్దరూ తెప్పరిల్లారు కొంతసేపటికి—

"డ్రైవర్! మదరాసు రూటుకిపోనియ్—ఆజ్ఞాపించింది ఆయువతి- ప్రాణాలు రక్షించిన ఆయువతికి కృతజ్ఞతా పూర్వకంగాప్రభాదేవి చేతులు జోడించి నమస్కరించింది—

'ఫరవాలేదమ్మా! పడుకోకాస్సేపు—" అంటూ ఓదార్చిందాయువతి—

అలాఎంతసేపు- ఎన్నిరోజులు నిద్రపోయారోవారు! బ్రతికి బయటపడ్డామని మాత్రం తెలుసుకొంది ప్రభాదేవి—

ఇంతకీ ఆయువతి ఎవరు? ?

రంగూనులో రాణీపురంలోయున్న కింగ్ హాస్పిటల్‌లో హెడ్ నర్సు- పేరురోజా! క్రిష్టియన్ వంశస్థురాలు- మంచిఅనుభవమైనస్త్రీ- కుమార్ బాబును బాగుగా ఎరుగును- ఎంతోదయామయురాలుఆమె కూడా ఒకప్పుడు భగ్నప్రేమ పిపాసి!

౧౧

ఆనాటికి ప్రభాదేవి మనస్సు కొంతకుదుట పడింది—గర్భిణి కావడంవలన ఆయాసంగా మంచంమీద పడుక్కొని యుంది- ఆమె ప్రక్కనే రోజాకూడా ఆసీనురాలై కూర్చొంది- ప్రభాదేవి మొదటి కాన్పుకు రోజావే సహాయం చేసింది- చూచాయగా ఇప్పటికి రోజా జ్ఞాపకంవచ్చింది ప్రిభకు ..

"రోజా! నాకుమార్ లేనప్పుడు నేజీవించిమాత్రం'—అంటూ ప్రభకళ్లనీరు పెట్టుకొంది—"నువ్వలావిచారిస్తే ఏమీలాభంలేదు- విధి కృతానికి" ఎదురు లేదుగదా! ప్రభా! నాశాయశక్తులా కుమారుకోసం ప్రయత్నంచేస్తాను- విచారిస్తేప్రాణహాని సుమా"—అంటూ హెచ్చరించింది—

"అబ్బ! నీఋణం ఈజన్మలో దీర్చలేను రోజా! అంటూ రోజమ్మకు కృతఘ్నత వెల్లడించింది—

ప్రభా! పురుడు అయ్యేదాకా ఏవిషయంలోనైనాఏమాత్రమూ విచారం కూడదు—తెల్సిందా?, అంటూ హెచ్చరించి ముందుగ్లాసు లోని మందు ఇచ్చింది—

'రోజా! నీకు మరల హెడ్‌నర్సు పనివచ్చిందా?' అడిగింది ప్రభ

అవునమ్మా అప నే ఇక్కడకూడా ఎక్కువజీతంమీదఇచ్చారు అదుగో! చిట్టికూడా వచ్చేసింది- త్వరలో నే వస్తాను"- అంటూరోజా కారులో జనరల్ హాస్పిటలుకు వెళ్ళిపోయింది—

రోజమ్మ మద్రాసువచ్చి పదిరోజులయింది- అంతవరకూ ప్రభ వొంటిమీద తెలివిలేకనే చెప్పవచ్చును- సునాయాసంగా ప్రాపకం వల్ల రోజాతిరిగి ఉద్యోగంకూడా సంపాదించుకొంది—

ఇంతకీ ప్రభాదేవి అదృష్టవంతురాలనక తప్పదు!—

కుమార్ బాబు అమావాశ్యఆకాశాన్ని తిలకిస్తూ వాలుకుర్చీలో కూర్చొన్నాడు- చంద్రుడులేని ఆకాశానికి ఎంతశోభయుందో, ప్రభ లేనిజీవితం కుమార్ హృదయానికి చీకటిరాత్రులయింది-

జీవితాకాశంలో చిమ్మచీకట్లు వ్యాపించినతరువాత, జీవితపు వెలుగుకై చంద్రకిరణాలవంటి ఆశాకిరణాలు ఎలాకనుపిస్తాయి?

దారితెన్నూ లేని, అర్థవిహీనమైన ఊహాలతో కళ్ళు బరువుగా మూస్తున్నాడుకుమార్ బాబు-

అప్పుడే నిద్రాదేవిఒడిలో చేరడానికి సిద్ధంగాయున్నాడు. ప్రభ ఛాయాచిత్రాన్ని హృదయానికి హత్తుకొని, మూగవేదనలో ఛాయాచిత్రంమీద అశ్రుబిందువులురాల్చాడు-

ఘుర్ ఘుర్ మెదివాళీ నేశేఘుర్ మేఅంధేరా . , . ! -

నిజంగా నాప్రభ లేకపోవడంవల్లనేగదా నాహృదయం చీకటి కొట్టుఅయింది- 'ఇంకనాప్రభ నాజీవితాకాశంలో ఉదయించి' వెన్నెల కిరణాలచే చీకటిమునుగులను తొలగింపదా! ఈచీకటిరాత్రుళ్ళే నాజీవితానికి ఆటపట్టుగాబోలు! -

అనుకొంటూ నిద్రాదేవతలో ఐక్యమైపోయాడు కుమార్ బాబు నిద్రలోకూడా ప్రభాదేవి-

బ్రతుకు వెన్నెలకేయి . . . . - అంటూ ఆలాపించిన ప్రణయ గీతమే వినవచ్చింది కుమార్కి

కలవరపునా బ్రతుకు . . . ప్రభా! , . . . ! - అంటూ నిద్రలో పలువరించాడు కుమారు,

రాత్రిపన్నెండుగంటలయింది. ప్రకృతిఅంతా నిశ్శబ్దంగాయుంది కీచురాళ్ళధ్వనితప్ప మరేశబ్దము వినబడటంలేదు.

ని — ద్ర — లో — ?

కుమారుబాబు ఓస్త్రీమూర్తిని వెంటాడిపోతున్నాడు.

రావోయీప్రియుడా, చరచరారావోయీ, అంటూ ఆస్త్రీ మూర్తి హంసలాపరుగిడుతోంది.

కుమారుబాబు ఒక్కపరుగులో ఆస్త్రీమూర్తినికలుసుకొన్నాడు

అబ్బ! నల్లత్రాచులా పెనవేసుకొని ఎంత అందంగాయుందీజడ! అంటూ ఆమెనల్లటిజడను పట్టుకొన్నాడు.

కు — మా — రు ! అంటూ ఆపచ్చికబయలులో కూర్చొంది ఆస్త్రీ.

ఆస్త్రీమూర్తిఎవరు — ?

ఆప్రదేశం ఎచ్చోటిది — ?

శరవేగంతో ప్రవహిస్తోన్న ఆసోయగంపు జలప్రవాహము. ఆచిన్ని దృశ్యాలు, ప్రకృతిలోకనబడే జీవితరహస్యము—

దూవిబరువులాయున్న ఆపచ్చికబయలు —

ఆవరణలో దుబ్బుగాపెరిగిన అడవిచెట్లు — చేమలూ —

ప్రక్కనేయున్న వింతస్త్రీతో కలయిక —

ఇవన్నీ కుమారుబాబు భగ్నహృదయానికి కొంతశాంతిసౌఖ్యాలు తాత్కాలికంగా ఒనగూర్చాయి.

కలతనిద్రలో అది కుమారుకు వెండివెన్నెల—

కు — మా — రు — ! అంటూ ఆరమణిమోము త్రిప్పింది

ఆశ్చర్యము! అసంభవము?

ప్రభా, ఇలాఎలావచ్చావ్? ఇన్నాళ్లూ ఎక్కడికి నన్నువదలి పెట్టి వెళ్లావు? ప్రభా! చిట్టిబాగుందా? ప్రభా—!" అంతులేనిప్రశ్నల వర్షంకురిపించేశాడు ఆదుర్దాగా—

'ప్రభా! ఇంకనిన్నొదిలిపెట్టను—" అంటూ గులాబీమొగ్గల్లాయున్న ప్రభపెదవులను చుంబించాడు మెల్లగా—

ప్రభ చిరునవ్వులు కురిపిస్తోంది—

దేవీ! ఎన్నాళ్ళీప్రవాసమునాకు? నన్నొంటరిగా విడచి పోవ నీమనస్సెట్లు అంగీకరించింది?

ప్రభా! ప్రియకువెన్నెలరేయి- అంటూ పాడినగీతం మరచిపోయావా? నీవులేకుండా నాప్రియకురేయి వెన్నెలవుతుంది? నువ్వు లేనిదే నాజీవనజ్యోతి ఎలా ప్రకాశిస్తుంది?

"కుమార్! కర్మ—కాలమహిమ- మనల్ని విడదీసింది- విచారించకు- మనచిట్టిహాయిగా ఉందిలే, ఎప్పుడూ—నాన్నేరీ?— అంటూనే పలువరిస్తోంది- త్వరలో కలుసుకోరూ—

"ఇంక కలల్లో కలుసుకొంటామా? దేవీ, ఇప్పుడు నిన్నొదిలి పెట్టను— నేనిప్పుడు జపానువారికి బంధితుడను—

ఏనాడు ఈసంకెళ్ళబంధాలునుంచి ఈబానిస జీవితం విడుతుందోగదా?—'

'కుమార్ ఒర్మాయుద్ధం మొదలు పెడతారట- తప్పక మనకే జయంకలుగుతుంది- మనప్రభుత్వ జయంకోసం—నీకోసంవేయి దేవుళ్ళకును మ్రొక్కుకొన్నా— ధైర్యంతో ఉండు కుమార్—

'ప్రభా, ఎన్నాళ్ళీవంటరిజీవితము అనుభవించను, త్వరలోనే విముక్తియుండంటావా?

"తప్పక- పైనభగవంతుడేయున్నాడు- కుమార్ చిరకాలంలో నేమనం శాశ్వతంగా కల్సుకొంటాము—

'ఎంతశుభవార్త,

'కుమార్ ఒక్కొయుద్ధపువార్తలు చెప్పవూ—

'మనం శాశ్వతంగా కల్సుకొన్నప్పుడుచెబుతా- ప్రభా ఒక్కతీయని ముద్దు ప్రసాదించవూ. నీఅధరామృతాన్ని చవిచూసి ఎన్నాళ్ళయిందీ—

అంటూ ప్రభని హృదయానికి హత్తుకొన్నాడు—

ఇద్దరూముగ్ధులై స్వప్నంలో మునిగి పోయారు--

"కుమార్ శోకత్రయజమానివస్తూన్నాడు- భయపడకు- త్వరలోనే కల్సుకొంటాము- కు—మా—ర్ —శె—ల—వు—

అంటూ ప్రభాదేవి మెరుపులాఅదృశ్యమయింది—

"త్వరలోనే నాప్రభనుకల్సు కొంటాను— కలుసు కొంటానని నాదేవి చెప్పింది నాచిన్నారి చిట్టని త్వరలోనే చూస్తాను—

త్వరలోనే నాదేవి నాహృదయదేవాలయంలో పునః ప్రతిష్ఠింపబడుతు ది—

కలలుగురించి మనలోయుండే ఆశయాలు, అభిప్రాయాలూ చాలా విచిత్రంగా యుంటాయి—

కొన్నికలలు నిజమవుతాయని గట్టిగా చెప్పేవాళ్ళలో నేనొకడ్ని— అదిన్నీ అదృష్టంమీాద ఆధారపడిందే,

ఆసమయంలో కుమారుబాబు హృదయంలో ఆనందవాహిని పొంగి పొరలిందంటే ఆశ్చర్యం ఏముంది?

భగ్నహృదయులు కల్సుకొంటున్నారంటే ఆనందంకదూ.

అబ్బ కుమార్‌బాబు ఎంతతీయటి కలను కన్నాడూ—

నిజంగా అదిదివాస్వప్నమే—

కాదంటారా?

కుమారుని అడగండి— తెలుస్తుంది ఆస్వప్నానందం! !

"త్వరలోనే నాకుమారుని కల్సుకొంటాను— నా జీవితాకాశ ములో కుమారు చంద్రుడు ఉదయిస్తాడు త్వరలోనే — —' అంటూ ప్రభాదేవి పలువరిస్తోనే లేచింది—

ఆమె ప్రసవించి అప్పటికి నెలరోజులు పైగా అయింది- కుమారు ప్రతిబింబము ఆశిశువులో అగుపిస్తుంది—

"మీనాన్న త్వరలోనే కల్సుకొంటారు బాబూ!' అంటూ ఆచిన్న కుర్రవానిని ముద్దిడుకొంది ప్రభాదేవి—

'ఏమిటే అమ్మా! నాన్న, నాన్న అంటున్నావే!" అంటు న్నావ్? అంటూ అమాయకంగా చంద్రప్రభ తల్లివద్దకు వచ్చింది—

'అవునమ్మా! నాన్న వస్తారు' అంది ఆనందంతో ప్రభాదేవి—

వెంటనే రోజా; నాన్నొస్తారట— అమ్మ చెప్పింది'— అంటూ రోజాతో చెప్పి బలవంతంగా తల్లివద్దకు లాక్కొని వచ్చింది రోజాని చంద్రప్రభ—

నాన్నంటే వారకెంతో సరదా! నాన్న పేరు చెప్పేసరికి ఆపసి కూనగూడా బోసినోరు విప్పాడు.

"ఏవమ్మా రాత్రంతా అలా పలవరించావెందుకూ'

"అంది రోజా—"

'— — —'

ప్రభాదేవి సిగ్గుచే మాట్లాడలేదు—

"కలలు ఏమైనా వచ్చాయా!" తిరిగి ప్రశ్నించింది నవ్వుతూ రోజా—"

"అవును రోజా! కుమారుని కల్సుకొన్నట్లు" అంటూ కలవిష యాలన్నీ చెప్పింది—

'మంచిది ప్రభా! నీకలమాత్రం తప్పక జరుగుతుంది"

"అంది రోజా—"

"నిజంగా నారోజా? కలలు నిజమవుతాయంటావా?"

'తప్పకుండా కొన్ని అవుతాయి' అలాఅయితే నేను ధన్యురాలను రోజా!" అంది అర్ధనిమీలిత నేత్రాలతో ప్రభాదేవి—

ఆనందంతో కొన్ని గంటలు గడచిపోయింది—

కుమారుకోసం ఎదురుచూస్తూ కాలంగడుపుతోంది ప్రభ—కలలు నిజమవుతాయా! ఊహుఁ! కలలన్నీ చెదిరిన మనస్సులను మరింత కష్టపెడతాయి- కుమారు తనని ఎలాకల్సుకొంటాడు అనే పెద్ద సమస్యే ప్రభకి!

ఒకరోజున రోజాతో తీవ్రంగా వాదించి తానూ రోజాకువలెనే ప్రజాదరణ పొందాలని చెప్పి నర్సుగా చేరిపోయింది.

ఇప్పుడు ప్రభాదేవిని గుర్తించడం చాలాకష్టం?

తలకి తెల్లటి "బఫ్" కట్టుకొని రోగులకు సెంపరేచరుచూస్తు, ఆప్యాయంగా సేవలుచేస్తోంటే— రోగాలు 'ఉఫ్" మంటూ ఎగిరిపోతున్నాయి.

—♦—

౧౪

నడిసముద్రంలో చుక్కానిలేక చిక్కిన నావలాయుంది కుమారు బ్రతుకు—

ఆనాడు కుమారుబాబు ఇంట్లో ఖాళీగా కూర్చొన్నాడు-తాను రంగూన్ వచ్చేటప్పుడు తండ్రి పెట్టెలోనుంచి చెప్పకుండా కొన్ని ఉత్తరాలు తెచ్చాడు. అవి తనతండ్రికీ, ఇందిర అనే యువతికి జరిగిన ఉత్తరప్రత్యుత్తరాలు, వాటివల్లనే తనతండ్రిఇందిరఅనేనర్సునుప్రేమించినట్లును, అటుపైన లోకాపవాదులను భరింపలేక ఇందిరను రంగూన్ పంపించినట్లును, తదుపరి ఇందిర, రోజా అనే పేరుతో నర్సుపని చేస్తు

న్నట్లును తెల్సుకొన్నాడు- కాని! ఈవిషయమై తండ్రిని ఎన్నడూ ప్రశ్నించలేదు—

ఇంతకీ ఆఇందిరఅనే యువతిని తెల్సుకోవచ్చుననే అభిప్రాయంతోనే ఆఉత్తరాలన్నీ తెచ్చి, వాటిఆధారం వలన ప్రయత్నించి రోజాను కనుగొని స్నేహంచేసాడు— ప్రభాదేవి మొదట్లో పరిచినవానికి రోజానే పిలిపించాడు— రోజాను తనతల్లిలాగే భావించేవాడు- తన తండ్రికీ రోజాకు కల్గిన ఎడబాటు లోలోనే కుళ్ళి కుమిలిపోయేవాడు- పరోముఖంగా రోజాకు తన భావాలను చెబుతూ, ఒకరోజున అసలు రహస్యాన్ని రోజాను అడిగివేశాడు. రోజా ఆశ్చర్యపోయింది- ఈరహస్యం ఇంకెవ్వరికీ చెప్పవద్దని కుమారుకి చెప్పడంవలన, ప్రభాదేవికి కూడా తెలియదు.

♦ ♦ ♦

కాలచక్రం క్రక్కేవిషజ్వాలలలో ఎన్ని విషాదజీవితాలు నలిగిపోతున్నాయోగదా! మనప్రభుత్వము బర్మాను తిరిగి పొందుటకై యుద్ధాన్ని ప్రకటించింది- కుమారు హృదయంలో ఆనందరేఖలు తాండవించాయి- విజయంచేకూర్చుమని ఎంతో ప్రార్థించాడు. భగవంతుని కుమారు కోర్కెలు నెరవేరేకాలం ఆసన్నమయింది- ఆతనికి ఒక్కనికే కాదు, దేశమంతా సంతోషించింది- ప్రభాదేవి, రోజాల యొక్క ఎండిపోయిన ఆశాలతలు చిగిర్చాయి—

పీనుగపెంటలు — నెత్తురేరులు — భీకరయుద్ధంజరిగింది- అయినా ఏంలాభం? ఎంతోనష్టంకలిగింది దేశానికి- ఎంతోమంది భారతవీరులు మృత్యుదేవతా రథచక్రాలక్రింద నలిగిపోయారు- పెక్కుమందికి గాయాలుతగిలాయి- మొత్తానికి బర్మా తిరిగిలభించింది- మిత్రమండలివారు ధైర్యసాహసాలతో పోరాడి జపానువారిని ఓడించారు- విజయం లభించింది, దేశమంతా ఆనందోద్రేకంలో మునిగిపోయింది,

కుమార్ బాబు ఇదేసమయమని భగ్నహృదయాన్ని గుప్పెట

లో పట్టుకొని రైలుఎక్కాడు, ఎక్కడకువెళ్ళడం? అనేసందేహంకలిగిం ముందుమద్రాసుచేరి అటుపైనరాజమండ్రి చేరుదామనిబయలుదేరాడు. పిచ్చివాడిలా ఎన్నోరోజులు రైలులో ప్రయాణంచేసాడు.మరిమద్రాసు కు ఎప్పుడుచేరుతాడో?

ఇక్కడ నర్సు ప్రభాదేవిజీవితం కొంతతిలకిద్దాము—

జనరల్ హాస్పిటలులో నూరు మొదలు నూటపన్నెండువరకు ఓవార్డు ఆవార్డులో అరడజనునర్సులు పనిచేస్తూయుంటారు. వారిలో ప్రభాదేవి వకతె! ఆవార్డుకి ఓహెడ్ నర్సుయుంది, ఆమెయేరోజా! ఇలా నర్సు ప్రభాదేవి, హెడ్నర్సు రోజా ఆనందంగా కుమార్ బాబుకోసంఎదురు చూస్తూ కాలంగడుపుతున్నారు—

తను ఎలారోజాచే రక్షింపబడిందో ఆవిధంగానే కుమార్ కూడ రక్షింపబడి ఎప్పటికైనా తనని కలుసుకుంటాడనే ఆశతోనే ప్రభాదేవి పగటికలలు కంటోంది—

కుమార్ బాబు ఆరోజుననే సెంట్రల్ స్టేషనులో బండీదిగాడు. ఎటుపోవడానికీ తోచటంలేదు, ఆతనికి మద్రాసు పాతపట్టణమేగాబట్టి జంకూ గొంకూ లేకుండా సర్దార్ భవనానికి బయలుదేరాడు, నీరసంగా యుండటంచేత కాళ్ళు తడబడుతున్నాయి, అలాగే సామానులతో ట్రాముఎక్కుదామని వస్తున్నాడు. ఎదురుగా జనరల్ హాస్పిటలు అవు పించింది, ఒకవేళ రోజా ఇక్కడుంటుందేమో? అనేఆలోచనలతో దిక్కులు చూడసాగాడు.

దాదాపు జనరల్ హాస్పిటలులో వెయ్యిమంది నర్సులుండవచ్చు ను. అందులో రోజాఎవతో? ఎవర్నడిగితే ఎవరుచెబుతారు? ఇలాతట పటాయిస్తున్నసమయంలో "రంయ్" మంటూ ఓమిలటరీలారీయొక్క నాల్గుచక్రాలకు మధ్యగా పడబోతున్న బాబుని ఆపి లాగివేయబడ్డాడు.